INSIGHT PUBLICA®

INSIGHT PUBLICA®
Kozhikode, Kerala, India 673011
www.insightpublica.com
e-mail: insightpublica@gmail.com
Pokkilkkodi
(Malayalam Poems)
Dhanya Neelancheri
First Edition: December 2020

ISBN 978-93-90535-50-7

പൊക്കിൾക്കൊടി

ധന്യ നീലഞ്ചേരി

INSIGHT PUBLICA®

സമർപ്പണം

എന്നെ ഞാനാക്കി വളർത്തിയ മാതാ, പിതാ, ഗുരുക്കന്മാർക്ക്
ഒപ്പം ദൈവമെന്ന മഹാശക്തിക്ക്...

1989 ജൂലൈ 7ന് കോഴിക്കോട് ജില്ലയിൽ മടവൂരിൽ നീലഞ്ചേരി വീട്ടിൽ എൻ. ഗോപാലന്റെയും സരസുവിന്റെയും മകളായി ജനിച്ചു. മടവൂർ എ. യു. പി സ്കൂൾ, ചക്കാലക്കൽ ഹൈസ്കൂൾ, എം. ജെ. ഹയർ സെക്കൻഡറി സ്കൂൾ എളേറ്റിൽ വട്ടോളി, മലബാർ ക്രിസ്ത്യൻ കോളേജ്, കാലിക്കറ്റ് യൂണിവേഴ്സിറ്റി എന്നിവിടങ്ങളിൽ വിദ്യാഭ്യാസം. പൂർണ്ണ പബ്ലിക്കേഷൻസിന്റെ 40 കുട്ടികളുടെ 40 കവിതകൾ, മംഗളം ആഴ്ചപ്പതിപ്പ് തുടങ്ങിയ പ്രസിദ്ധീകരണങ്ങളിൽ കവിതകളും കഥകളും എഴുതിയിട്ടുണ്ട്. ആദ്യ കവിതാസമാഹാരം 'വിവക്ഷ' യ്ക്ക് 2018 - ലെ ഭാഷാശ്രീ സാഹിത്യ പുരസ്കാരം ലഭിച്ചു.

വിലാസം : ധന്യ നീലഞ്ചേരി, വിളങ്ങോട്ടു പുറായിൽ വീട്
പുന്നശ്ശേരി പി. ഒ, നരിക്കുനി വഴി, കോഴിക്കോട് - 673585
ഫോൺ : 8289915560, dhanyan448@gmail.com

ധന്യ നീലഞ്ചേരി

ആമുഖം

ഒരമ്മയും കുഞ്ഞും തമ്മിലുള്ള അഭേദ്യബന്ധം പോലെയാണ് എനിക്ക് കവിതകളോടുള്ള ആത്മബന്ധം. 'പൊക്കിൾകൊടി' എന്ന ഈ കവിതാസമാഹാരത്തിൽ കവിതകൾ തമ്മിലുള്ള അന്തർ ലീനത കാണാവുന്നതാണ്. എന്റെ ജീവിതത്തിൽ എല്ലായ്പ്പോഴും കൂടെ നിന്ന ആത്മാർത്ഥ സൗഹൃദങ്ങളെ ഞാനീ അവസരത്തിൽ കൃതാർത്ഥ തയോടെ ഓർക്കുന്നു... പ്രിയ സ്നേഹിത്ത് അനുഃപേട്ടനോട് ഞാനെന്നും കടപ്പെട്ടിരിക്കുന്നു...

മലയാളത്തിന്റെ മഹാകവി ശ്രീ. പി. പി. ശ്രീധരനുണ്ണി സാർ ഈ പുസ്തകത്തിനു മനോഹരമായി അവതാരിക എഴുതിത്തന്നു എന്നെ അനു ഗ്രഹിച്ചിരിക്കുന്നു... അദ്ദേഹത്തോടുള്ള കൃതജ്ഞത ഞാനറിയിക്കട്ടെ... ഈ സമാഹാരത്തിന്റെ പ്രസാധനം ഏറ്റെടുത്തു പൂർത്തീകരിച്ച് തന്ന ഇൻസൈറ്റ് പബ്ലിഷേഴ്സിനോടുള്ള എന്റെ ഹൃദയം നിറഞ്ഞ നന്ദി രേഖപ്പെടുത്തി ഞാനീ പുസ്തകം എളിമയോടെ വായനക്കാർക്കായി സമർപ്പിക്കുന്നു.

സ്നേഹത്തോടെ

ധന്യ നീലഞ്ചേരി

അവതാരിക

പി. പി. ശ്രീധരനുണ്ണി

പുതുകവികൾ കാവ്യരചനാ രംഗത്ത് പുതിയ പുതിയ മേച്ചിൽപ്പുറങ്ങൾ തേടുന്നു എന്ന് കാണുന്നതിൽ അതിയായ സന്തോഷമുണ്ട്. കവിതയെ എന്നും സജീവമായി നിലനിർത്തുന്നത് അവരാണ്. ബിംബകല്പനകളിലും കാവ്യഭാഷയിലും അവർ നടത്തുന്ന പരീക്ഷണങ്ങൾക്ക് പുതുമയുണ്ട്. കാലികമായ ലോക വ്യാപാരങ്ങളോട് അവർ സംവദിക്കുന്നു.

ധന്യ നീലഞ്ചേരി എഴുതിയ പുതിയ സമാഹാരമായ 'പൊക്കിൾക്കൊടി' വായിച്ചപ്പോളാണ് ഇത്രയും ചിന്തകൾ മനസ്സിലേക്ക് വന്നത്. മനുഷ്യ സ്നേഹത്തിന്റെയും, പ്രകൃതി സ്നേഹത്തിന്റെയും ഭാഷയാണിതിൽ നാം വായിക്കുന്നത്.

ആശയങ്ങളുടെ തെളിമയാണ് ധന്യയുടെ രചനകളെ വ്യതിരിക്തമാക്കുന്നത്. അത് വാസനാ ബലം. ധന്യയിൽ ഈ വാസനാ ബലം നേരത്തെ തന്നെ പ്രകടമാവാൻ തുടങ്ങിയിരുന്നു. അതിപ്പോൾ ബലവത്തായി എന്നേ പറയുന്നുള്ളൂ.

ഭാവാത്മക രചനകളോടാണ് ഈ കവിക്ക് പഥ്യം . പൊക്കിൾക്കൊടിയുടെ കാത്തിരിപ്പ് പ്രതീകാത്മകമാണ്. മാതൃത്വം എന്ന പരിപാവനമായ ബോധത്തെ അതിതീവ്രമായി ആവിഷ്കരിച്ചിരിക്കുന്നത് നന്നായിട്ടുണ്ട്. ഈ അമ്മ ഭൂമിയാവാം, പ്രകൃതിയാവാം, സ്വന്തം അമ്മയാവാം. അനേകം വ്യാഖ്യാനങ്ങൾക്ക് വഴിമരുന്നിടുകയാണ് ഈ ശീർഷക കവിത.

'ഏറെ നാൾ കൂടിയീ -

യേകാന്ത വാസത്തെ

തോൽപ്പിച്ചിടേണ

മെനിയ്ക്കിന്ന്.. '

എന്നത് ശുഭ പ്രതീക്ഷ തന്നെ.

ഈ മാതൃത്വ ബോധം ഭൂമിയെ പുണരുന്ന കാഴ്ചയാണ് 'ധരണി ' എന്ന കവിതയിൽ വികസിയ്ക്കുന്നത്.

'പിറന്ന മണ്ണിന്റെ സ്പന്ദനമേകാൻ

ഒരമ്മയ്ക്ക് തുല്യയായ് മാറിയവൾ.. '

എന്ന് ഈ കവിത വികസിയ്ക്കുന്നു.

ഭൂമിയോളം ക്ഷമ മറ്റാർക്കുണ്ട്. പാരിസ്ഥിതിക സ്നേഹം നുരച്ചു പൊങ്ങുന്നത് നാമിതിൽ വായിക്കുന്നു. ഹൃദ്യമാണീ ഭൂമി വന്ദനം.

ഈ സമാഹാരത്തിൽ എന്നെ ഏറ്റവും കൂടുതൽ ആകർഷിച്ച കവിതകളിലൊന്നാണ് 'നല്ലെഴുത്ത് '

ഒരു ഭാവഗീതത്തിന്റെ തീവ്രതയും ഏകാഗ്രതയുമുണ്ടീ രചനയ്ക്ക്. ബിംബാവലിയുടെ ഒരു തുടർച്ചയാണിത്. കവിത എന്ന പൂക്കാലമൊരുങ്ങുന്ന വഴി എത്ര ഹൃദ്യം ! കാല്പനികതയുടെ തിളക്കവും ഇതിനുണ്ട്. ഉർവ്വരതയാണ് കർഷകന്റെ സ്വപ്നം. അതിനാൽ അവനെ മണ്ണറിഞ്ഞവനെന്ന് വിളിക്കുന്നു. അവന് അധ്വാനത്തിന്റെ വിലയറിയാം. ശാസ്ത്രബോധം കൂട്ടിനുണ്ട്. 'കർഷകൻ 'എന്ന കവിത വേറിട്ട ഒരു വായനാനുഭവമാണ്.

അറിവിന് ആദിയില്ല. അന്തവുമില്ല. വിദ്യ ധനമെന്ന് ആചാര്യൻ. ഉള്ളും പുറവും അറിയുമ്പോൾ വെളിച്ചം വരും. ആ തിരിച്ചറിവാണ് 'അറിവ്' എന്ന കവിത. വൈവിധ്യമാർന്ന വിഷയങ്ങളെയാണ് ധന്യ കവിതയാക്കിയിരിക്കുന്നത്. മനസ്സ്, ചില്ല, ജീവിതം എന്നിങ്ങനെ നാനാതുറകൾ.

' ജീവിതമേ നിന്നിൽ ജീവിച്ചു തീർക്കാൻ

ഞാനിനിയും ജനിയ്ക്കേണ്ടതുണ്ടോ.. '

എന്നത് അസ്തിത്വ ദുഃഖമാണ്.

ഗാനാത്മകതയും തിളബോധവും മുറ്റിനിൽക്കുന്ന 'ചില്ല'യേയും പ്രത്യേകം പരാമർശിക്കേണ്ടിയിരിക്കുന്നു.

ഈ സമാഹാരത്തിലെ ഓരോ കവിതയും ഓരോ പാഠമാണ്. പാഠങ്ങൾ പഠിയ്ക്കണം. ആ ചുമതല ഞാൻ കാവ്യനിരൂപകരെ ഏൽപ്പിയ്ക്കുന്നു. സ്ഥാലീ പുലാക ന്യായേന ചിലത് പറഞ്ഞു വയ്ക്കുക മാത്രമാണ്

ഞാൻ ചെയ്തത്. ധന്യ ഈ കവിതകളിൽ പല ധർമ്മങ്ങൾ അനുഷ്ഠിയ്ക്കുന്നു. അമ്മയെ കണ്ടെത്തുക, പ്രകൃതിയെ കണ്ടെത്തുക, അവസാനം തന്നെത്തന്നെ കണ്ടെത്തുക. അതാണ് ആത്മാന്വേഷണം.

'എന്നിലേക്കിനിയും വന്നുചേരാനെത്ര നിഴലിന്റെ രഹസ്യമുഖങ്ങളുണ്ട്'

എന്നത് ആ കണ്ടെത്തലാണ്. മിക്കവാറും കവിതകളിലൊക്കെത്തന്നെ ഓരോ സന്ദേശത്തിന്റെ വിളംബരമുണ്ട്. മണമില്ലാതായിപ്പോയ 'പാഥേയം ' ഗൃഹാതുരതയാണ്. ദാർശനികതയുടെ ആഴം അളക്കാനും കവി ശ്രമിയ്ക്കുന്നുണ്ട് പല കവിതകളിലും !

'ഹരിതം മനോഹരം ഗ്രാമഭംഗി
സുകൃതം സുരഭിലം ഗ്രാമഭംഗി '

എന്ന് താളത്തിൽ പാടാൻ എന്തൊരു രസം. ആലാപന സുഖം. ഗ്രാമകന്യ, വേനൽമഴ എന്നീ രചനകളെ ഹൃദ്യം എന്നല്ലാതെ എന്തു പറയാൻ !

ആസ്വാദകരുടെ ബോധമണ്ഡലത്തെ ഉദ്ദീപിപ്പിക്കുന്ന ഒട്ടേറെ ഭാവതലങ്ങൾ ഈ രചനകൾക്കുണ്ട്. ആശയങ്ങൾ ഒന്നും ഉപരിപ്ലവമോ ക്ലിഷ്ടമോ അല്ല. ജീവിതം , മരണം, ജനനം, ബന്ധനം, ബന്ധുത്വം, വാക്കുകൾ എന്നിവയെക്കുറിച്ചുള്ള ആഴമുള്ള ചിന്തകളുണ്ട്. നഷ്ടപ്രണയത്തെക്കുറിച്ചുള്ള വിതുമ്പലുണ്ട്. അറിയുന്നതും അറിയപ്പെടാത്തതുമായ ഏടുകളുണ്ട്. പ്രതീക്ഷയും, ഭൂതകാല ചിന്തകളുമുണ്ട്. ചിലപ്പോൾ ഈ കവിതകൾ മഞ്ഞുതുള്ളിപോലെ ആർദ്രമാകും. ചിലപ്പോൾ രൂക്ഷവുമാവും.

'മുറിഞ്ഞതത്രയും പോരാ
ഇനിയും മുറിയേണമേറെ'

(മുറിവ്)

എന്നിങ്ങനെയുള്ള ഈരടികൾ നോക്കൂ...

ഇത്രയുമൊക്കെ വായിക്കുമ്പോൾ നടേ സൂചിപ്പിച്ച പോലെ പുതുകവികളിലുള്ള വിശ്വാസം കൂടിക്കൂടി വരുന്നു. അർപ്പണ ബുദ്ധിയാണ് അവരുടെ മൂലധനം. പൊക്കിൾകൊടി ഒരു പ്രതീകമാണ്. ബന്ധത്തിന്റെ തുടർച്ചയെ പ്രതിനിധീകരിയ്ക്കുന്നു. പാരമ്പര്യത്തിന്റെ ബലത്തെ പ്രതിനിധീകരിയ്ക്കുന്നു. ആശയവ്യക്തത കൊണ്ട് വേറിട്ട് നിൽക്കുന്നവയാണ് ധന്യയുടെ കവിതകൾ. സാധകത്തിലൂടെ ഈ വാസന ബലവത്താകും. മുക്തകങ്ങളിലൂടെയും ഭാവസാന്ദ്ര രചനകളിലൂടെയും നാം മനസ്സിലാക്കുന്നത് അതാണ്. അതുകൊണ്ടു തന്നെ ഏറെ സന്തോഷത്തോടെ ഈ സമാഹാരം സഹൃദയർക്കായി സമർപ്പിക്കുന്നു..

കവിതകൾ

പൊക്കിൾക്കൊടി

വരുമെന്നു ചൊല്ലി പിരിഞ്ഞവരിന്നും
വരില്ലെന്നറിയാതെ വഴി കാത്തു നിൽപ്പൂ ഞാൻ...
വെറുതെ മോഹിച്ചു പോയ്...
വരികയെങ്കിലെന്ന്...
ഒരു നോക്ക് കാണുവാൻ...
ഒരു വാക്ക് മിണ്ടുവാൻ...
വരികയില്ലുണ്ണീ നീ... വളരെ നാൾ കൂടീട്ട്
ഈ പൊക്കിൾക്കൊടി ദാഹിച്ചിടുന്നു
നീയരികിലെത്താൻ...

മാറിൽ ചുരത്തിയ പാൽക്കുടം നിറഞ്ഞ്
ചുണ്ടിലെ നീർദാഹം അകറ്റിയിരുന്നില്ലേ?
അമ്മക്കഥകളിൽ... മേമ്പൊടി പൂത്തപ്പോൾ
കുഞ്ഞു വയറിന്റെ എരിപൊരി തീർന്നില്ലേ...
വരികയില്ലുണ്ണീ നീ... വളരെ നാൾ കൂടീട്ട്...
ഈ പൊക്കിൾക്കൊടി ദാഹിച്ചിടുന്നു നീയരികിലെത്താൻ...

ഓർക്കുന്നുവോ നീ... ഈ മണ്ണിനെ... നാടിനെ...
ഓർക്കുന്നുവോ... ഈ പൂമരത്തെ...
ഓർക്കുന്നുവോ... ഈ... തോടിനെ... തൊടികളെ...
ഓർക്കാനിനിയും വൈകരുതേ...
വരികയില്ലുണ്ണീ നീ... വളരെ നാൾ കൂടീട്ട്...
ഈ പൊക്കിൾക്കൊടി ദാഹിച്ചിടുന്നു...
നീയരികിലെത്താൻ...

മഴയും... വെയിലും... ഇത്രമേൽ വീണു...
ഇരുളും... പകലും... എത്രയോ പടർന്നു...
വഴിക്കണ്ണുമായ്... ഇനിയെത്ര നോക്കേണം...
നീ വരുമൊരാ പാതയോരങ്ങളിൽ...
വരികയില്ലുണ്ണി നീ... വളരെ നാൾ കൂടീട്ട്...
ഈ പൊക്കിൾക്കൊടി ദാഹിച്ചിടുന്നു
നീയരികിലെത്താൻ...

ഏറെ നാൾ കൂടിയീയേകാന്തവാസത്തെ
തോൽപ്പിച്ചിടേണമെനിക്കിന്ന്...
ഇത്തിരി നേരം നിൻ വാമൊഴി കേൾക്കേണം...
ഒത്തിരി നേരം നിൻ കുസൃതികൾ കാണേണം...
ഒരു പിടിയുരുള വേണമെനിക്കപ്പോൾ...
ഒടുവിലായുണ്ണീടെ മടിയിൽ തലചായ്ച്ച്
കൊതി തീരെ ഉറങ്ങേണം...
മതിവരുവോളം...

●

നല്ലെഴുത്ത്

പേനയിലെ മഷി വറ്റും വരെയും...
കടലാസ്സിലൊരു കുന്നെഴുതേണം...
സ്വരങ്ങളും... വ്യഞ്ജനങ്ങളും ഇഴചേർത്തെഴുതേണം...
കൂട്ടക്ഷരങ്ങളെ കൂട്ടുചേർത്തിട്ട്...
ചില്ലക്ഷരങ്ങളാലതു മുഴമിപ്പിക്കേണം...
ഓരോ വാക്കിനേം അടർത്തി മാറ്റീട്ട്...
അച്ചടക്കബോധം പഠിപ്പിക്കേണം...
നിനയ്ക്കാത്ത നേരത്ത് പിറക്കും വാക്കിനെ...
ഒരു കുഞ്ഞിനെ പോലെ പരിപാലിക്കേണം...
പഴയ മൺപാത്രങ്ങളിലിട്ടൊന്നിളക്കി...
മണ്ണിൻ മണമൂറ്റിയെടുക്കേണം...
നാട്ടുവഴികളിലൂടെ തിരിഞ്ഞു നടക്കുമ്പോൾ...
നഷ്ടമായ പദങ്ങൾ കണ്ടുപിടിക്കേണം...
അക്ഷരങ്ങളാലൊരു ചില്ല തീർക്കേണം...
അതിൽ കവിതയെന്നൊരു പൂക്കാലമൊരുക്കേണം... !

തണൽമരം

വഴിയോരത്തൊരു തണൽമരം നിൽപ്പുണ്ട്...
തണലേകാൻ വിരിച്ചിട്ട പച്ചച്ചോല...
ഞാനെന്നുമാ വഴിയേ യാത്ര പോകുമ്പോൾ...
കണ്ണിമചിമ്മാതെ പച്ചപ്പ് നോക്കിനിൽക്കാറുണ്ട്...
നിറയെ പൂക്കൾ പൂത്തുവിടരുമ്പോൾ...
കാറ്റിൽപൊഴിയും പൂക്കൾ പെറുക്കിയെടുക്കാറുണ്ട്...
ചിലനേരങ്ങളിൽ തനിച്ചിരിക്കുമ്പോൾ...
കുളിർകാറ്റിനോടൊപ്പം കൂട്ടുകൂടാറുണ്ട്...
അന്നും... ഞാനാ വഴിയേ പോയപ്പോൾ...
ഞെട്ടലായ്... ഒരു വേള കരച്ചിലായ് മാറി...
ചില്ലകളരിഞ്ഞിട്ട്... പൂക്കൾപൊഴിച്ചിട്ട്...
ഒറ്റമരത്തണലിന്റെ വിരൽപ്പാടുകൾ മാത്രം...
വെട്ടി നശിപ്പിച്ചതാണീ മരച്ചോട്...
കൊടുംവേനൽ വരവേൽക്കാൻ... തണലിനെമറയ്ക്കാൻ...
ഇനി കരയാൻ കണ്ണീരിറ്റില്ലാതെ...
ഒന്നുമറിയാത്ത തണൽമരത്തെ കൊന്നു...

●

ആത്മാവിന്റെ രോദനം

കുട്ടിപ്പിണച്ചൊരീ പാദങ്ങളല്ലാതെ...
കൂടെയൊന്നുമില്ലെനിക്കിന്നു കൂട്ടായ്...
കൂട്ടിച്ചേർത്തൊരീ
കരങ്ങളാലന്നുഞാൻ...
ആട്ടിയകറ്റിയ സ്നേഹബന്ധങ്ങളെത്ര.?
ഒക്കെയും കാണുവാനിന്നു കണ്ണുതുറക്കില്ലയെങ്കിലും..
ഉൾക്കണ്ണിലൊരുപുഴ
കടലിലേക്കൊഴുകുന്നു...
തൊണ്ടയിൽ ഗദ്ഗദം കുരുക്കി മുറുക്കുന്നു...
ഇനിയുമീ... വേദന താങ്ങുവാൻ വയ്യ...
ശ്വാസമെടുക്കാൻ പിടയ്ക്കുമീ നാസികയിൽ...
അടച്ച വാതിൽ കണക്കെ പഞ്ഞികൾ...
അധരങ്ങളൊരുതുള്ളി നീരിനായ് കൊതിക്കവേ...
അർഹതയില്ലാതെ കുടിക്കേണ്ടെന്ന് ഉമിനീരും...
കൂട്ടത്തിൽ തളർന്നൊരാ നാവിന്റെ ചോദ്യമിങ്ങനെ?
അന്ന് നിന്റെ ചിരിക്കാത്ത പല്ലുകൾ
ഇന്ന് ചിരിക്കുന്നതെന്തിന്.?

●

പരസ്യങ്ങൾ

പലവുരി മൊഴിഞ്ഞും പലവാക്കു പറഞ്ഞും
മർത്ത്യരെ കറക്കലാണെന്റെ ലക്ഷ്യം...
പൊടിപ്പും തൊങ്ങലും കൂടെ ചേർത്തിട്ട്
ഇല്ലാത്തതുള്ളതു പോലങ്ങു പറയും...
വിശ്വസിക്കുമവരെന്ത് പറഞ്ഞാലും...
മറ്റുള്ളവരെ കാണിച്ച് ജീവിക്കയാൽ...
സോപ്പിൽ പതയും... വെളുക്കുമെന്നുറപ്പിൽ...
കണ്ണിൽ കണ്ടതൊക്കെയും വാങ്ങിച്ച കൂട്ടം...
സൗന്ദര്യം കൂട്ടാനായ് ചിലതൊക്കെ തേയ്ക്കും...
തേപ്പ് കിട്ടിയത് മാത്രം മിച്ചം...
എന്റെ വാക്കിൽ മയങ്ങി വീണവർ...
തിന്നാനും കുടിക്കാനും തിടുക്കം കാണിച്ചു...
ആവേശമായ്...
ഒരു ലഹരിപോലെ...
ഞാനവരിൽ പടർന്നു കയറി...
തിരിച്ചിറങ്ങാനാവാത്ത വിധം...
അടിമയെപ്പോലെ ഞാനവരെ വളർത്തിടും...
എന്റെ കാൽച്ചുവട്ടിൻ കീഴിൽ കിടത്തും...
എന്റെ കൂർത്ത നഖങ്ങളാൽ ഹിംസിച്ചിടും...
വാക്കുകൾ പൊള്ളയായ് തോന്നുന്ന നാളിൽ
മോചനം തേടിയവർ നടന്നകലുമ്പോൾ...
ഞാനെൻ... അടുത്ത ഇരയെ വാക്കിനാൽ കോർത്തെടുക്കും...

മുറിവ്

മുറിഞ്ഞതത്ര്യും പോരാ...
ഇനിയും മുറിയേണമേറെ...
ആഴത്തിലങ്ങനെ... നീളത്തിലങ്ങനെ...
ചോര ചീന്തിത്തെറിക്കേണമപ്പോൾ...
നീറ്റലൊഴിയാതെ... വമിക്കേണമന്നേരം...
പഴപ്പും... പുഴുവും... കുമിഞ്ഞു കൂടീട്ട്...
വേദനിച്ചിട്ട് കരയേണ്ടതില്ലപ്പോൾ...
മുറിവിനെ നോക്കി ആസ്വദിക്കേണം...
മേനി തളരുന്നത് കാര്യമാക്കേണ്ട...
അഴുക്കു ചോര... അതിങ്ങനൊഴുകിത്തീരട്ടെ...
അവസാന തുള്ളിയും നിലച്ച കഴിയുമ്പോൾ...
തണുത്ത ജലത്തിൽ കഴുകിയെടുക്കേണം...
നേർത്ത ശീലയാലൊപ്പിയെടുത്തിട്ട്...
നാട്ടുമരുന്നിത്തിരി അരച്ചിട്ടേക്കണം...
മുറിവുണങ്ങും... ഒട്ടുമേ വൈകാതെ...
പുതിയ തൊലിയാൽ പുറംമോടി വന്നിടും...
മുറിവേറ്റ മനസ്സിനെ മുറിവായ് ഉപമിക്കയാൽ...
നറുജീവൻ വിളങ്ങിടും മനസ്സിലെന്നും...

●

ചില്ല

ആരുമീ ചില്ലയെ കണ്ടതില്ല...
ആരുമീ ചില്ലയെ കേട്ടതില്ല.
പൂക്കാത്ത... കായ്ക്കാത്ത... ചില്ലയാണ്...
ആരും... കാണാതൊളിച്ചിരിക്കുന്ന
പൂമരത്തിലെ ചില്ലയാണ്...
കിളികൾ വരാറില്ല... കാറ്റും വരാറില്ല...
മൊഴികൾ ഉണരാത്ത ചില്ലയാണ്...
മഴയും വരാറില്ല... മഞ്ഞും വരാറില്ല...
തളിരണിയാത്തൊരു ചില്ലയാണ്
ഓർമ്മകൾ പൂക്കുമ്പോൾ
ഹൃദയം നിറയെ...
പ്രണയം നിറച്ചൊരു ചില്ലയെ കാണാം...
അന്നതിലിലകൾ തളിർത്തിരുന്നു...
അന്നതിൽ പൂക്കൾ വിരിഞ്ഞിരുന്നു...
അന്നീ മരച്ചോടിൻ തണലിൽ ഇരിക്കാൻ...
പ്രണയ മിഥുനങ്ങളുണ്ടായിരുന്നു
അവരിൽ പ്രണയാഗ്നി ആളിപ്പടരുമ്പോൾ...
പ്രണയ പുഷ്പങ്ങൾ പൊഴിച്ചിട്ടിരുന്നു...
ഇനി വരാത്തൊരാ നാളുകളെങ്കിലും...
ഈ ചില്ലക്കിനിയും പൂക്കാനായ് മോഹം...
വഴിയോരം ചുവപ്പിച്ച്
വരവേൽക്കാൻ ദാഹം...
വെറുതെയെന്നറിയുമ്പോഴും

കുളിർക്കാറ്റ് വീശുന്നു...
പതിയെ നാമ്പിടുന്നു...
സ്വപ്നങ്ങളും...

●

ഈ കര പുഴയിലേക്കൊഴുകുമ്പോൾ

ഈ കര പുഴയിലേക്കിറങ്ങുന്നു
കട്ടെടുക്കുവാൻ... കവർന്നെടുക്കുവാൻ...
നിയമങ്ങളാൽ...
കരയും... പുഴയും...
വെട്ടിപ്പിടിച്ചെടുക്കുമ്പോൾ...
കണ്ണീര് വറ്റി കരയും...
ചിരിക്കാൻ മറന്ന് പുഴയും...
അറിവില്ലായ്മയുടെ അന്ധത പടരുമ്പോൾ
നകങ്ങൾ ചലിപ്പിക്കാൻ അറിവുള്ളവർ കൂടെ...
മണലൂറ്റി... നീരൂറ്റി... കെട്ടിപ്പൊക്കാനെത്ര
കടലാസ്സുകഷണങ്ങൾ കാറ്റിൽ പറക്കുന്നു...
ഒക്കെയും, അതിനാൽ വിലയ്ക്കെടുക്കാൻ കഴിയും...
പക്ഷെ... തിരിച്ചെടുക്കാനിവിടെ കരയുമുണ്ടാവില്ല...
പുഴയുമുണ്ടാവില്ല...
കണക്കുകൂട്ടലുകൾ കീഴ്മേൽ മറിയുന്ന
നാളേയ്ക്ക് വേണ്ടി കാത്തിരിയ്ക്കേണ്ടി വരും...
വിവേകബുദ്ധിയോടിനിയും ചിന്തിക്കൂ...
സ്വയമൊരു കുഴിയിലേക്കിറങ്ങിപ്പോകരുതേ...

●

മൺചിരാത്

സായംസന്ധ്യയിൽ തിരിതെളിക്കും നേരം...
അരുണ പ്രവാഹം വീഥികളിൽ
കിരണങ്ങൾ... പ്രഭയായ്..
ചൊരിഞ്ഞു..
ദൈവങ്ങൾ പ്രസന്നവദനരായ്
മാറി...
എന്റെ സങ്കല്പങ്ങളെ സായൂജ്യമാക്കാൻ...
ആയിരം തിരി തെളിച്ചാൽ മതിയെന്ന്...
സ്വയം നടിക്കവേ..
ആ കാഴ്ചയാൽ എന്നുള്ളം പൊള്ളിപ്പിടഞ്ഞു..
ഇന്നെന്റെ ചിന്തകളിൽ കരിനിഴൽ വീഴ്ത്താൻ..
ആ നിഴൽ രൂപം മതിയായിരുന്നു..
കെട്ടണഞ്ഞൊരു മൺചിരാതിൻ അരികത്ത്..
സ്വപ്നങ്ങളില്ലാത്ത ഒരു കൊച്ചു പെൺകുട്ടി...
മുഷിഞ്ഞ...ചേറിൻ മണമുള്ള
പാവാടത്തുമ്പിൽ അങ്ങിങ്ങായ്...
കീറിയ നൂലിഴകൾ..
പാറിപ്പറക്കുന്ന മുടിയിഴകൾ
മയക്കം വിട്ടൊഴിയാത്ത നിർജ്ജീവ മിഴികൾ...
എന്തിനീ വഴിയരികത്ത് നിൽപ്പൂ...
വന്നിതാ ചോദ്യം... അവൾക്കുനേരെ..
കെട്ടണയുന്നൊരീ മൺചിരാതിൽ ശേഷിച്ച
എണ്ണ പകർന്നെടുത്തോട്ടെ ഞാൻ...
ഇത്തിരി നറുവെട്ടം കാണാൻ കൊതിച്ചു പോയ്...

പുരയ്ക്കകമിന്നും ഇരുട്ടറയാണ്...
പൊട്ടിക്കരച്ചിലോടെ കരങ്ങൾ കൂപ്പി...
തൊഴ കൈയ്യാൽ നിന്നവൾ
നമ്രശിരസ്കയായ്...
കത്തുന്ന വിളക്കിന്റെ ശോഭയ്ക്കുമപ്പുറം...
അവൾ എന്നിൽ ഒരു ദൈവത്തെ കണ്ടുവോ...?

●

പുലരി

പുലരും പ്രഭാതം വിടരും വദനം..
ഇളംതെന്നൽ കുളിരേകി വീശുന്നു
മെല്ലെ...
പൊഴിയുന്ന നീർമുത്ത് ദളങ്ങളെ
തലോടി...
മൂടൽമഞ്ഞെന്നിട്ടും മാറാതെ നിന്നു...
കിരണങ്ങൾ വരവായ് പുലരി തെളിഞ്ഞു...
കുഞ്ഞിളം ചില്ലയിൽ ആരവം മുഴങ്ങി...
പൂന്തോപ്പിനുള്ളിൽ പൂക്കൾ നിറഞ്ഞു...
സുഗന്ധം വമിക്കും ഹൃദയാതുരമായ്...
പൂന്തേൻ നുകർന്നു ശലഭങ്ങൾ പറന്നു...
അതുകണ്ട് പൂക്കൾ നാണിച്ചു നിന്നു...
പുഴയുടെ തീരത്തു ഓളങ്ങൾ അകലുമ്പോൾ...
തെളിനീരാൽ വരച്ചിട്ട അടിത്തട്ടുകൾ...
അലസമായൊഴുകുമ്പോൾ കൈക്കുമ്പിളിൽ
കോരി മുഖം നനയ്ക്കാൻ തോന്നും...
പുലരിയെത്തുമ്പോൾ...
തണുപ്പ് പടരുമ്പോൾ ഉണരും മനസ്സുമായ്...
പുതുദിനം പുതുമയോടെ മുന്നോട്ടു നീങ്ങുമ്പോൾ...
അടരും പ്രഭാതം നാളേയ്ക്കു വേണ്ടിയും
നല്ലൊരു സ്വപ്നത്തിൻ തേരേറുവാൻ...

●

ഭൂതകാലം

ഓർമ്മിക്കുവാൻ മാത്രം വിരുന്നിനെത്തുന്നവർ...
ഓർമ്മകളാലൊരുപിടി വസന്തം തീർക്കുന്നവർ...
ഓമനിക്കുമമ്മക്കരംപോലോമൽ -
കിടാവിനെ കൊഞ്ചിച്ചിടുന്ന പോലെ....
ഭൂതകാലക്കുളിരിലേക്കെത്തി നോക്കീടുവാൻ...
പ്രായേണ കൽപ്പിച്ചിടും മോഹപ്പെയ്ത്തുകൾ...
മഴയിലും പുഴയിലും വഴിയിലും വന്നെത്തീ...
മഞ്ഞിലും മലരിലും മരുവിലും വന്നെത്തീ...
ചിന്തകൾ ഉദിക്കുന്നിടം ചന്തത്തിലോർമ്മകൾ...
കണ്ടു കൊതിപ്പിച്ച മൂവന്തിച്ചോപ്പിലെ...
കാണാത്ത കുന്നിൻചെരുവിലേക്കോടി മറയട്ടെ
കാത്തിരിക്കാൻ പുൽക്കൊടിത്തുമ്പുണ്ടോ..
കഥ പറയാൻ മഞ്ഞണി കാറ്റുണ്ടോ...
കനലുകൾ കെട്ടൊരു കനവിതാ മൂളുന്നു
കാലപ്പഴക്കത്തിൻ കാലൊച്ചകൾ കാതോർത്ത്...
ഇനി വരാത്തൊരാ നേരിന്റെ സ്പന്ദനം...
ഇടറി വീഴാതെ മുറുകെപ്പിടിച്ച ചിത്രങ്ങളിൽ....
ചിരിക്കുന്ന മുഖമാണെൻ...
ഭൂതകാല സ്മരണകളിൽ നീളെ...

●

പാഥേയം

പാഥേയമിലച്ചീന്തിൽ നിന്നഴിച്ചെടുക്കുമ്പോൾ...
പണ്ടത്തെമാതിരി മണം പടരുന്നില്ല...
കാണുമ്പോൾ കണ്ണിനു കുളിർമ്മയേകുന്ന...
ഗൃഹാതുരത്വമായി മാറിടുമ്പോൾ...
ക്ലാസ്സിൻ മുറികളിലേക്കോർമ്മകൾ
ചേക്കേറും...
പലവയർ ഒരുമിച്ച ഉച്ചയൂണ്..
വീടുകൾ മാറി കൂട്ടിലകപ്പെട്ട
ഒറ്റക്കിളിയുടെ നൊമ്പരക്കഥപോലെ...
മാറുന്നു... പൊതിച്ചോറിൻ
സൗരഭ്യവും...
നാക്കിലനിറയെ കുത്തരിച്ചോറുണ്ട്...
അരികിൽ തൊട്ടുകൂട്ടാൻ കറികളുണ്ട്...
നാവിൽ കൊതിയൂറും ഉപ്പുമാങ്ങയുമുണ്ട്...
എന്നിട്ടും ഒരുവറ്റ് തിന്നിട്ടിറങ്ങുന്നില്ല...
കാരണമറിയാൻ ചികഞ്ഞു നോക്കി...
കരളലിയിക്കുന്ന കദനമാണല്ലോ...
ഒന്നു നനയുമ്പോൾ പിഞ്ഞിക്കീറുന്ന...
കടലാസ്സുക്കഷണമാണീ ഇലച്ചീന്ത്..
തീയിൽ വാട്ടിയ പഴമയുടെ രുചി..
പിന്നെങ്ങനകന്നു പോകാതിരിക്കും...

●

ഗർഭച്ഛിദ്രം

ആ വെളുത്തൊരധ്യായത്തിന്റെ
കറുത്തൊരടയാളമായാണ്
ഞാനമ്മയുടെ ഉദരത്തിൽ അവശേഷിച്ചത്...
അമ്മേ... വിളിക്കാതിരിക്കാനാവില്ലെനിക്ക്...
കാരണം... ഞാനമ്മയെപ്പോലെ ക്രൂരനല്ലല്ലോ...
ഇഷ്ടങ്ങൾ കാമത്തിലടങ്ങും വരെ
തൊട്ടും... തലോടിയും സ്നേഹം ഭാവിച്ചും
ഇഷ്ടങ്ങൾ കാമത്തിലെരിഞ്ഞമർന്നപ്പോൾ
കുറ്റപ്പെടുത്തൽ പതിവാക്കിയും...
ഇങ്ങനെയും സ്നേഹം വിഭജിക്കാമെന്നവർ പഠിപ്പിച്ചു...
എന്നിൽ വിരിഞ്ഞ സന്തോഷത്തെ...
അവരുടെ കൂർത്ത വാക്കാൽ ചതഞ്ഞരഞ്ഞു...
ആശയില്ലാത്തൊരച്ഛനുമമ്മയ്ക്കും
ആശയമായി ഉണർന്നൊരീ വാക്യം...
'ഗർഭച്ഛിദ്രം '...
എന്റെയുള്ളിലൊരാർത്തനാദം മുഴങ്ങി
ആരറിയാൻ... ആരു കേൾക്കാൻ...
എന്റെ ആരാച്ചാരിലൂടെ ഞാനറിഞ്ഞു
വേദനയൂറ്റിയ മുൾക്കിരീടം...
അകമേ എരിയുന്നത് ഞാനാണെങ്കിലും
പുറമേ... നിങ്ങളറിയട്ടെ...
സുഖവും... സന്തോഷവും...

●

അവസാന നിമിഷങ്ങൾ

അവസാന നിമിഷങ്ങൾ എന്നോടൊപ്പം
ഇണപിരിയാതെപ്പോഴും
കൂടെയുണ്ടായിരുന്നു...
പുലരുമ്പോൾ തൊട്ട് ഇരുളുമ്പോൾ വരെ...
ഊട്ടിയും... ഉറക്കിയും... കൂടെയുണ്ടായിരുന്നു...
പിണങ്ങിയപ്പോൾ ഇണക്കം നടിച്ചും...
തളർന്നുറങ്ങിയപ്പോൾ
തട്ടിയുണർത്തിയും...
നിമിഷങ്ങൾ.... അവസാനിക്കുകയാണെന്ന് ഓർമ്മിപ്പിച്ചു...
അവസരോചിതമില്ലാതെ
ചിന്തകൾ തമ്മിൽ കൂട്ടിപ്പിണഞ്ഞു കിടക്കുമ്പോൾ
വേർതിരിക്കാൻ...
അവസ്ഥകളെ മാറോടടുക്കാൻ പഠിപ്പിച്ചു
അവസാന നിമിഷങ്ങൾ കൂടെ നിന്നു...
വെറുതെയിരുന്നിട്ടും കാര്യമില്ലെന്നെന്നാൽ...
ഗുണഫലമൊന്നും കിട്ടില്ലെന്നറിയിച്ച്...
വഴിതെളിച്ച ജീവിതവീഥികളിൽ...
അവസാന ചിത്രവും
എന്നിലൂടെ പിറന്നു...

●

സൃഷ്ടി

ഒരു പൂവായ് വിരിയേണമെന്ന മോഹിച്ചു...
ആരോ പൂമൊട്ട് നുള്ളിക്കളഞ്ഞു...
മഴയത്ത് കുളിരായ് വന്നണയാൻ കൊതിച്ചു...
പൊടിമഴയായ് വന്ന കാറ്റിൽ പറന്നു...
പ്രണയമായ് ആളിപ്പടരാൻ കൊതിച്ചപ്പോൾ...
ജീവനില്ലാതെ അഗ്നിയിൽ വെന്തെരിഞ്ഞു...
പുഴയിൽ കൊതിയോടെ നീരാടുവാൻ മോഹമറിഞ്ഞിട്ട്
നീർവറ്റി പുഴയും വലിഞ്ഞു...
ഇനിയീ ചെടിയെ തടമെടുത്തു
വെള്ളമൊഴിച്ച് നനയ്ക്കണം
ഓരോ ദിനങ്ങളും കാത്തിരിക്കേണം...
പുതിയനാമ്പുകൾ മുളച്ചിട്ടു വളരുവാൻ...
പൂത്തുതുടങ്ങുമ്പോൾ
പൂമൊട്ടിടുമ്പോൾ...
ആരെയും കണ്ണിൽപ്പെടാതെ നോക്കണം...
ഒത്തിരി പൂക്കൾ വിരിഞ്ഞു തുടങ്ങുമ്പോൾ...
മധുവൂറ്റാൻ പൂമ്പാറ്റകൾ പാറിക്കളിക്കുമ്പോൾ...
പുതിയൊരു ഗന്ധം പരത്തണം ചുറ്റിലുമായ്...

പ്രതീക്ഷ

ഇനി വരാനുള്ളൊരാ നൽക്കാഴ്ചകളാണ്...
പ്രതീക്ഷയെന്ന പേരിൽ
മിഴികൾ നിറച്ചത്...
കണ്ടു മോഹിച്ച സ്വപ്നങ്ങളായിരുന്നു...
ആ നല്ല മുഖങ്ങൾക്ക് നിറം പകർന്നത്...
ഓരോ ദിനങ്ങളും അകലേക്കു മായവേ...
ഓർത്തിരിക്കാനുണ്ടിത്തിരി പൊള്ളുന്ന നോവുകൾ...
വരുമെന്നൊരാഗ്രഹത്താൽ മറന്നിട്ട
പ്രത്യാശയിൽ പെയ്തൊരാ നോവുകൾ...
പുലരുമ്പോൾ മിഴിവോടെ വന്നെത്തും...
സൂര്യ കിരണത്തിൻ അരുണാഭയാണത്...
മീനച്ചൂടിൽ പൊള്ളിപ്പിടയുമ്പോൾ
മണ്ണിൽ ഉതിർന്നൊരു ഋതുമഴയാണത്...
ഇണയെ വരവേൽക്കാൻ കാത്തിരിക്കുന്ന
വെള്ളരിപ്രാവിന്റെ നൊമ്പരമാണത്...
ഓർമ്മയുടെ തീരങ്ങളിലണയാൻ കൊതിച്ചിട്ട്...
ഓടിക്കിതച്ചെത്തിയ ഓളങ്ങളാണവ...
വരവേറ്റ കൊതിയോടെ കാത്തിരിക്കാം...
പ്രത്യാശയുടെ നറുനാമ്പുകൾ വിടരാൻ...
ഇന്നിന്റെ നോവിതാ ഇന്നേയ്ക്ക് മാത്രം...
നാളെയെന്നൊരു ദിനം
അകലെയല്ലല്ലോ...

●

മകൾ

ഒരമ്മ തൻ മകളായ്... പിറവിയാകുന്നിതാ...
ഒരു കുഞ്ഞു പൂമൊട്ടായ്
വിടരുന്നിതാ...
അമ്മിഞ്ഞപ്പാൽ നുകർന്നു ചിരി തൂകും...
അമ്മയ്ക്കരുമയായ്...
മാറുമവൾ...
കുഞ്ഞിക്കാലിൽ അഴകായ് കിലുങ്ങി...
പാദസരമണിക്കൊഞ്ചലിൻ നാദം...
ഓരടി വച്ച നാൾ തൊട്ടോടാൻ
തുടങ്ങും...
കുഞ്ഞിന് പിറകിലായ്
അമ്മമനം...
തട്ടിത്തടഞ്ഞു വീഴ്ചകൾ പതിവായി...
മുറിവേറ്റതമ്മയുടെ ഇടനെഞ്ചിലാകെ...
അപ്പുറം വീട്ടിലേക്കോടുവാൻ വയ്യ...
ഇപ്പുറത്തേക്കൊന്നെത്തി നോക്കാൻ വയ്യ...
ആധിയാണമ്മയ്ക്ക വ്യാധിയാണെപ്പോഴും...
കുഞ്ഞുമകളിന്ന് വളരുകയല്ലോ?
ചോര കിനിയും ഉടുതുണി മാറുമ്പോൾ...
തേങ്ങിക്കരഞ്ഞ മകളെ ചേർത്തണച്ചമ്മ...
അരുതേ.. കരയരുതെൻ പൊന്നുമകളേ...
വാത്സല്യത്തിരയായ് മൊഴിഞ്ഞ നേരം...
ഋതുമണം ധൃടുതിയിൽ ചുറ്റും പടർന്നു...
ഋതുമതിയായവൾ... വിളിച്ചോതി കാറ്റും...
ഒരു സ്ത്രീയായ്.. ഇനി വളരുന്ന നാളുകൾ...

നിത്യവും ഇരപിടിക്കാൻ കഴുകന്മാരെത്തും...
ജാഗ്രത നിഘണ്ടുവിലിനി ഓർത്തിരിക്കേണം...
സ്വയമൊരു വേലി വളർത്തിയെടുക്കേണം...
അമ്മയ്ക്ക് പറയുവാൻ ഏറെയുണ്ടിനിയും...
ജീവിതഭംഗത്തിൻ കയ്പ്പ രസങ്ങൾ...
പകരുവാൻ പാടില്ല... പടർത്തുവാൻ പാടില്ല..
അമ്മ എരിഞ്ഞൊരീ ജീവിത പാതകൾ...
കടലോളമുണ്ടിനിയും പഠിച്ചെടുക്കാൻ...
കുടുകോളമല്ലോ അറിഞ്ഞതത്രയും...
എൻ മകൾ വളരേണം... എൻ ജീവശക്തിയായ്...
ആലംബഹൃദയത്തിൻ ഉടമയാവേണം...
സ്നേഹമയിയായ സ്ത്രീ രൂപമെങ്കിലും...
ഒരമ്മയുടെ കനൽപ്പൂവായ്..
ജ്വലിക്കേണമെന്നെന്നും... !

●

ഏട്ടുകൾ

അറിയപ്പെടാത്ത ഏട്ടുകൾ
മറിക്കുമ്പോളെല്ലാമറിയുന്ന
നാൾ വരും...
ചിരകാല സ്മരണകൾ വാനിലേറും...
ഒളിമങ്ങിയതൊക്കെയും പൂക്കളം തീർക്കുമ്പോൾ
മറയാതെ നിന്നു ഞാൻ മിഴി നനയ്ക്കും...
കാശിത്തുമ്പച്ചെടികൾ വരവേറ്റ
വഴിയിലൂടെറെ സഞ്ചരിക്കേണം...
താമരപ്പൊയ്കയിൽ മുങ്ങി നീരാടീട്ട്...
ചുട്ടുമേനിയൊന്നു തണുപ്പിക്കേണം...
ഇലഞ്ഞിമരച്ചോട്ടിൽ പൊഴിയുന്ന...
ഇലഞ്ഞിപ്പൂക്കളെ നുള്ളിയെടുക്കേണം...
പുഞ്ചപ്പാടത്തിന്നരികെയിരിക്കുമ്പോൾ...
കുളിരേകും പൂങ്കാറ്റിനോട് കിന്നാരം ചൊല്ലേണം...
തൊടിയിലൂടൊക്കെയും ചുറ്റിക്കറങ്ങണം...
കിളികളോടൊത്ത് പാട്ടുകൾ പാടേണം...
മൂവാണ്ടന്മാവിൽ ഒളിപ്പിച്ചു വച്ച
മാമ്പഴക്കാലത്തെ ഒന്നറിയേണം...
അറിയുന്ന നാളുകൾ കാതോർത്തതോ...
ബാല്യത്തിലേക്കൊന്നോടി മറയുവാൻ വേണ്ടി...

●

നഗരമനുഷ്യൻ

ചുറ്റിലും ചീറിപ്പായുന്ന വണ്ടികൾ
അലസോരങ്ങൾ ആർപ്പുവിളികൾ..
പരക്കം പായും തിരക്കിലായവർ...
ഇടയിൽ ഞാനെന്ന നഗരമനുഷ്യനും...
മോഹമായിരുന്നെന്നിൽ വളരെക്കാലം മുന്നേ...
നഗരത്തിൽ വന്നൊന്നു ചേക്കേറുവാൻ...
മായാവലയങ്ങളിൽപ്പെട്ട മനസ്സിനെ...
തിരുത്തുവാൻ ശ്രമിച്ചവർ പരാജിതരായി...
ആരും വരാത്തൊരാ അടച്ചിട്ട റൂമിനെ...
സ്വർഗ്ഗമെന്ന വാക്കിനാൽ വരച്ചിട്ട നാളുകൾ ...
ആരോടും മിണ്ടാതെ തനിച്ചിരിക്കാൻ...
കൊതിച്ച പകലുകൾ... രാത്രികൾ...
ഇടയ്ക്കെപ്പോഴോ കണ്ട കിനാക്കൾക്കു...
നിറം മങ്ങിതുടങ്ങിയിരുന്നു...
സ്നേഹത്തിൻ സാമീപ്യം കൊതിച്ചത്...
അടിതെറ്റി വീണപ്പോഴാണ്...
രോഗങ്ങൾ മേനിയെ കാർന്നെടുത്തപ്പോൾ...
നാട്ടിൻപുറത്തേക്കോടിയണയാൻ കൊതിച്ച...
നഗരത്തിന്റെ മായക്കാഴ്ചകൾ...
അകലേയ്ക്ക് മാഞ്ഞുമാഞ്ഞങ്ങുപോയി...

●

മൂന്നു കവിതകൾ

മനംമാറ്റം

ചിലപ്പോൾ തോന്നും
സ്വയംമാറിക്കളയാമെന്ന്...
അപ്പോഴേക്കും മനസ്സെന്നെ
മാറ്റിക്കളയും... !

അവസരം

പറയേണ്ടത് പറയേണ്ട -
സമയത്ത് പറയേണമല്ലെങ്കിൽ
പിന്നീട് പറയാനൊരവസരം
വന്നു ചേരില്ല നിശ്ചയം... !

നിർഭാഗ്യം

ഭാഗ്യമില്ലെന്നാരും കരുതേണ്ട
നിറഞ്ഞ ഭാഗ്യമായ്...
കൂടെയുണ്ട്... !

●

മരീചിക

ബന്ധങ്ങൾ അഴിക്കുള്ളിലാണെപ്പോഴും..
മായാക്കാഴ്ചയിൽ അകപ്പെട്ട പോലെ...
മർത്യരെന്നു നടിക്കയാണെങ്കിലും...
മർത്യസ്വഭാവമല്ലെന്നു ചേഷ്ടകൾ...
ജീവിതവഴികളിൽ നിറം ചാർത്തുവാനോരം-
നിറയുന്ന മുൾക്കാടുകൾ...
അക്കരെപ്പോകുവാൻ നൂൽപ്പാലമില്ലാതെ...
ഇക്കരെ നിൽക്കയാണേറെ സമയവും...
പടലങ്ങൾ പദവികളിൽ വിട്ടകന്നു നിന്നപ്പോൾ...
ഒഴിയാത്തബാധയായ് മായകൾക്കിപ്പുറം...
ആരവമൊഴുകാത്ത അണിയറയിൽ...
ആംഗ്യത്താൽ വിരിയുന്ന തത്ഭാവങ്ങൾ...
കഥനം പടരുന്ന മുഖലക്ഷണങ്ങൾ...
ചിരിക്കാൻ വലയുന്ന പൊയ്മുഖങ്ങൾ...
ചടുലത കലർന്ന നാടകീയതക്കിടയിൽ...
ജീവിക്കാൻ മറന്നവർ അതിലേറെപ്പേരും...
ഇരുളുകൾ മൂടൽമഞ്ഞിൽ ലയിക്കുന്നു...
ഓടിമറയുന്നു ഉൾക്കാഴ്ചകളിലേക്ക്...
മരീചികക്കുള്ളിൽ ജീവിതം തേടുമ്പോൾ...
പരിചയായി വിലസുന്നു...
ബന്ധനങ്ങൾ...

●

സഞ്ചാരം

അപ്പൂപ്പൻതാടിയെപ്പോലെയാണെന്റെ സഞ്ചാരം...
വിത്തിനെ മടിയിൽ വച്ച്
ദിശയറിയാതെ...
മരത്തിലും പുല്ലിലും തട്ടിത്തടഞ്ഞ്...
കാറ്റ് തെളിക്കും വഴികളിലൂടെ
ഭാരം കുറഞ്ഞ വലിയ മനസ്സുമായി
ഞാൻ പോകാത്ത സ്ഥലങ്ങളില്ല...
ഭൂപടമില്ലാത്ത രാജ്യങ്ങളിൽ പോയി
കണ്ണിമചിമ്മും മുൻപേ തിരികെയെത്തി...
ഇതിഹാസ കഥാപാത്രങ്ങളെ നേരിൽകണ്ട്
രോമാഞ്ചഭരിതമായ് മേനിയാകെ...
കാണാത്തതൊക്കെയും കണ്ടറിഞ്ഞും...
കേൾക്കാത്തതൊക്കെയും കേട്ടറിഞ്ഞും...
ചിന്തകളിൽ അനുഭവിച്ചറിയുവാൻ
മനസ്സെന്ന സഞ്ചാരിക്കു മാത്രമേ കഴിയൂ...

●

ഭക്ഷണശീലങ്ങൾ

ഭക്ഷണച്ചേലിൽ തുടങ്ങുന്ന ജീവിതം...
ഒട്ടും ദഹിക്കാതെ കാത്തുനിൽക്കും...
അക്ഷരം തെറ്റാതെ പറയേണമെല്ലാരും...
വീട്ടിൽ വിളമ്പുന്നതാണെന്നും ഉത്തമം...
അതിവേഗ ഭക്ഷണം ശീലമാക്കുന്നവർ...
അനവധിയാകുന്ന കാലമിപ്പോൾ ...
അറിഞ്ഞിടേണം അതിവേഗം വ്യാപിക്കും...
രോഗങ്ങൾ നിത്യവും പുൽകാനുണ്ടേ...
കാഴ്ചകൾക്കപ്പുറം കാത്തിരിപ്പാണെന്നും...
കാണാൻ അഴകിൻ ചോലതീർത്തു...
തെറ്റായ ശീലങ്ങൾ മാറ്റുകയാണെങ്കിൽ...
ഇനിയും പുലരികൾ വന്നുചേരും...
നല്ലോമൽ പുഞ്ചിരി വിരിയേണം വദനത്തിൽ
നാട്ടുരുചികളിൻ നന്മ വിളങ്ങുമ്പോൾ...
വിട്ടകറ്റാം നമുക്കൊന്നായി ചേർന്നീടാം..
നല്ല ശീലങ്ങൾ പകർത്തുവാനായ്...

പിറവി

ഒരമ്മയും കുഞ്ഞും ഇഴചേരും പോലെ...
ആത്മബന്ധമാണീ എഴുത്തിനോട്...
പിറക്കാൻ കൊതിക്കുന്ന അക്ഷരങ്ങളെപ്പോഴും
ഗർഭസ്ഥ ശിശുവിനെപ്പോലെ നിലകൊണ്ടു...
കാത്തിരിക്കേണം മിടിപ്പൊന്നുണ്ടാവാൻ...
ഓരോ ദിനങ്ങളും തള്ളിനീക്കിടേണം...
കുഞ്ഞുകൈകാലനങ്ങിത്തുടങ്ങുമ്പോൾ...
ഉള്ളിൽ നുരയായ് പൊതിയും സന്തോഷം...
വിരൽപ്പാടുകൾ വയറിൽ തെളിഞ്ഞും...
കുസൃതിയോടെ മെല്ലെ തൊഴിച്ചും...
ഞാനൊന്നു തൊടുമ്പോൾ ഒളിച്ചിരുന്നും...
എന്നോമൽ കുഞ്ഞു കളിപ്പിക്കുകയാണ്...
രാവും പകലും ഒന്നായി ഒഴിയുമ്പോൾ...
പേറ്റുനോവറിഞ്ഞ ഒരമ്മയായി മാറി...
അക്ഷരങ്ങൾ ഒരു കുഞ്ഞായ് പിറന്നപ്പോൾ..
ഞാനെന്ന അമ്മ പൂർണ്ണയായി...

●

എന്നിലേക്ക്

മറ്റുള്ളവർക്കായ് പൊഴിച്ചീടുവാൻ...
കണ്ണിലുണ്ടിത്തിരി കണ്ണുനീരിതെപ്പോഴും...
മറ്റുള്ളവർക്കായ് നൽകീടുവാൻ
ചുണ്ടിലണയാതെ പുഞ്ചിരി തത്തിനിൽക്കും...
നൂലിഴ വേർപ്പെടുത്തുവാനാവില്ല കൂട്ടിന്...
ചേർത്തുനിർത്താൻ കരങ്ങളുണ്ട്
നേരെ നടക്കാൻ വഴിതെളിയ്ക്കാൻ...
മിഴികളിലായിരം വിളക്കിന്റെ ശോഭയുണ്ട്...
തളരുവാൻ വയ്യാത്ത തണലായ് മാറ്റമീ...
മനസ്സും ശരീരവും കൂടെയുണ്ട്
കോരിച്ചൊരിയുന്ന മഴപോലെയുള്ളിൽ...
താളം നിലയ്ക്കാത്ത മൊഴികളുണ്ട്...
കാലങ്ങൾ ഉരുളുന്ന ചക്രങ്ങളെങ്കിലും...
പ്രായം തളരാതെ ഞാനിരിക്കും
സ്വപ്നങ്ങൾ സുരഭില നിമിഷങ്ങളാക്കുവാൻ...
സഹവർത്തിക്കുമെപ്പോഴും
ഇച്ഛയോടെ...
സുഖത്തെ പൊതിയുന്ന നോവായിടും...
പൊതുവിലോർമ്മകൾ അലതല്ലുന്നിടം...
എന്നിലേക്കിനിയും വന്നു ചേരാനെത്ര...
നിഴലിന്റെ രഹസ്യമുഖങ്ങളുണ്ട്..

●

മുഖംമൂടികൾ

അവസരവാദികൾ അവസരോചിതമായി...
സന്ദർഭങ്ങൾ ആശയവത്കരിക്കപ്പെടുത്തുന്നു..
കപട സമൂഹത്തിൽ അപകടകാരികൾ...
നാട്യങ്ങൾ നാടകീയ ഭാവം പകർത്തുന്നു...
ഉള്ളിൽ വേവുന്നത് എന്തെന്നറിയില്ല... ചിലപ്പോൾ
പ്രതികാരച്ഛവി നിറഞ്ഞതാവാം
കുശുമ്പിൻ പുറംതൊലി നീക്കിത്തുടങ്ങിയാൽ
ചീഞ്ഞു മണക്കുന്ന മാംസഗന്ധം മാത്രം..
പറയുന്നതിലേറെയും കുറ്റങ്ങളാകുകിൽ...
നന്മയ്ക്കെതിരെ മുഖം തിരിക്കുമവർ...
പറിച്ചെടുക്കുന്നു അർഹമല്ലെങ്കിലും...
നിനച്ചിരിക്കുന്നതോ സ്വന്തമെന്ന്
പുറമെ ചിരിയുടെ ലാഞ്ചനകൾ
അകമേ കരിഞ്ഞൊരു മമ ഹൃദയം...
നിലനിൽപ്പാണ് പ്രധാനമെങ്കിലും
നിലത്തുറയ്ക്കാത്ത പാദങ്ങളാണനുകാമ്യം...
മറവാണെപ്പോഴും മറുവാക്കാണെന്നും...
ചോരച്ചാലൊഴുകുന്ന വഴികളാണധികവും...
ഇരകളെ പ്രതികളായ് വിരൽചൂണ്ടുമവർ..
വിടുവായിത്തം വിളിച്ചോതും...
മാറിധരിക്കുവാൻ ഏറെയുണ്ടിനിയും...
മുഖംമൂടിയണിയുന്ന ജീവിതങ്ങൾ...

●

നഷ്ടപ്രണയം

ജാലകപ്പാളി തുറന്നു മെല്ലെ
ചന്ദനപ്പൂമണം കാറ്റിൽപ്പറന്നു
അച്ഛന്റെ പ്രാണനെ അഗ്നി പുണർന്നപ്പോൾ...
വാടിക്കരിഞ്ഞൊരു ഹൃദയമുണ്ടെന്നിൽ...
ഓർമ്മകളെപ്പോഴും നൊമ്പരമാണെന്നും...
കാലം മായ്ക്കാത്ത വിരഹങ്ങളിൽ...
അശ്രു പാറുന്ന മിഴികൾ തുടയ്ക്കുമ്പോൾ...
കണ്ടു ഞാൻ അകലെയായ്
എൻ പ്രണയബാഷ്പത്തെ..
അരികിലായ് ഓടിയണയാൻ കൊതിച്ചപ്പോൾ...
അരുതേന്ന് ചൊല്ലിയോ
മാറിലെ പൂത്താലി...
ഹൃദയം തേങ്ങിക്കരഞ്ഞു വീണ്ടും...
പറയാതെ പോയൊരു പ്രണയത്തെക്കുറിച്ചോർത്ത്...

●

അവൾ

അവളിലൂടെന്നിലേക്ക് തിരിഞ്ഞൊന്നു നോക്കി...
എന്നിലെ ജീവനിൽ നറുനാമ്പ് വന്നോ...
വഴിയേ കരിഞ്ഞ ചെടികൾ മറഞ്ഞു...
പാതിമയക്കം വിട്ടൊന്നുണർന്നു...
പുതുചില്ല മെല്ലെ വളരാൻ തുടങ്ങി...
നിറയെ തളിരില നാമ്പിട്ടു വന്നു...
അവളുടെയരികിൽ അണയുവാനായി...
അനുദിനം പകലുകൾ കഥകൾ മൊഴിഞ്ഞു...
പാദസരമണികൾ ചിരിച്ചപ്പോൾ...
തനിച്ചുള്ള രാത്രികൾ അകലേക്ക് മാഞ്ഞു...
കാണാമറയത്തെ ആത്മസഖി നീ...
കവിതയെപ്പോലെ കൂട്ടു വന്നു
കദനങ്ങളിൽ നിൻ സുഖമുള്ള വാക്കുകൾ...
എന്നിലെ ജീവനെ തൊട്ടുണർത്തി...
ഓർത്തിരുന്നില്ല ഇന്നെന്റെ തന്ത്രികൾ...
നാളെ നിനക്കായി മീട്ടുമെന്ന്..
ഓർത്തിരുന്നില്ല ഇന്നെന്റെ ഹൃദയം....
എന്നും... നിനക്കായി തുടിക്കുമെന്ന്...

മനസ്സ്

മഴ തോരാതെ പെയ്യുന്നുണ്ടോരോ...
മനസ്സിന്റെ ഉൾക്കോണുകളിലും...
ചെറിയ പൂന്തേനരുവി മുതൽ
വലിയൊരു പ്രളയം വരെ..
ചില മനസ്സുകളിലൂടെ ഒഴുകി..
വേനലിൽ തണ്ണീർത്തടങ്ങൾ
വറ്റി വരളുമ്പോഴും...
ഉൾത്തട്ടിൽ എവിടെയോ ഒരു
നീരുറവ കിനിഞ്ഞിറങ്ങുന്നുണ്ടായിരുന്നു...
കത്തുന്ന ചൂടിൽ ഒരു കുടം നീർ കിട്ടി..
കണ്ണുനീർത്തുള്ളികൾ ഒഴുകിയെത്തിയപ്പോൾ...
ഒരിക്കലും വറ്റാത്ത കണ്ണുനീർപ്പുഴകളായ്...
സങ്കടക്കടലിലേക്ക് അലതല്ലിയൊഴുകി...
ജലാശയങ്ങളിൽ ജലനിരപ്പുയരട്ടെ...
മണ്ണിന്റെ ദാഹം അകറ്റീടട്ടെ...
മഴയുടെ കരച്ചിലും..
മനസ്സിന്റെ നോവും...
വലിയൊരു പേമാരിയായ്...
പെയ്യാതിരിക്കട്ടെ...

●

അറിവ്

ഇലകൾ പെയ്തൊഴിയും
വസന്തം നിലനിർത്തി...
പാരിൽ പല ഭാഷകളിലങ്ങനെ
വളർന്നു രൂപമൊഴിയാതെ നിൽക്കും...
പരസ്പരപൂരകങ്ങളായി മാറിടും..
ഏതൊരു വസ്തുവിലുമാവോളം
ചുരത്താൻ മത്സരത്തിരക്കായിരിക്കും..
പിന്നെ.. അന്ത്യമില്ലാതെ നീളെ..
ജാതിയില്ല.. മതമില്ല... വേരറ്റങ്ങളില്ല..
കവിഞ്ഞൊഴുകുന്നൊരു നേർവഴി മാത്രം...
അനന്തമായ വിഹായസ്സിൽ
പറക്കാം...
പ്രപഞ്ച സത്യത്തെയൊന്നായറിയാം...
തെറ്റും.. ശരിയും.. വേർതിരിക്കാം..
നെല്ലും... പതിരും... പകുത്തെടുക്കും പോലെ...
ആവനാഴിയിൽ എണ്ണിയാലൊടുങ്ങാത്ത
കൂർത്ത ശരങ്ങൾ വർഷിക്കുവാൻ...
ഉള്ളിലറിവെന്ന മഹാസാഗരം അലയടിക്കേണം...
തേടിയലയണം... നേടിയെടുക്കണം...
എത്ര കുടിയാലത്രയും പോഷകം...
ശൈശവം വഴിമാറി വാർദ്ധക്യം
അരികിലെത്തുമ്പോഴും...
അറിവെന്നും... നിത്യമായ്...
കൂടെയുണ്ടാകും...

വരും തലമുറയ്ക്ക്...
ഊർജ്ജം പകരാൻ..
പഠിച്ചെടുക്കുക... പകർന്നീടുക... അഗ്നിയായ്
അറിവിനിയും...
ആളിപ്പടരട്ടെ...

●

ജീവിതം

ജീവിതമേ...
ഒന്നുണർന്നീടുക...
നിന്റെ ചുറ്റിലേക്കൊന്നു മുഖം തിരിച്ചീടുക...
വ്യത്യസ്തമായ കാഴ്ചകളെമ്പാടും
ഭിന്നരായ മനുഷ്യരേയും കാണാം...
മതമുണ്ട്... കൊടിയുണ്ട്... തിരിവില്ലയൊന്നിനും...
വെറും വാക്ക് ഛർദ്ദിക്കും പാഴ് വസ്തുമാത്രം...
സുഖമുണ്ട്... സുഖമില്ലെന്നരുളുന്നു വെറുതെ...
ആധികൾ... വ്യാധികൾ... തീരുന്നില്ലൊട്ടും...
കാഴ്ചയില്ലാത്തവർ തിമിരം മറക്കുന്നു...
കാലുകളുള്ളവർ നടത്തം കുറയ്ക്കുന്നു...
കീശകൾ നാം ചുരത്തിക്കൊടുക്കുന്നു...
ദഹിക്കാത്ത ഭക്ഷണത്തിൻമേശയിലേക്ക്...
നമ്മൾ തളർന്നാലും വളർത്തേണമേറെ...
നിരയായ്... വരിയായ്... രോഗങ്ങളെ ...
വ്യത്യസ്തതയാണിന്ന് ജീവിതഭംഗി
വേഷപ്പകർച്ചകൾ നിർബന്ധബുദ്ധി...
ജീവിതമേ... നിന്നിൽ ജീവിച്ചു തീർക്കാൻ ഞാനിനിയും...
ജനിക്കേണ്ടതുണ്ടോ...?

●

വാക്കുകൾ

ചില നേരങ്ങളിൽ ചില വാക്കുകൾ...
ചില ഹൃദയങ്ങളിൽ തറച്ചിരുന്നു...
മുള്ളാണിചീന്തി പകുത്തെടുക്കും പോലെ
പിടയുന്ന വേദന മുറ്റി നിന്നു...
പറയുന്ന നാവിന്റെ കൗശല ബുദ്ധി...
ധമനിയെ പാടെ തളർത്തിടുമ്പോൾ...
കേട്ടകഥയിലെ രൂപമല്ലെന്നോർത്ത്
മാറ്റുവാൻ ഞാനും ശ്രമിച്ചിരുന്നു...
ചില നേരങ്ങളിൽ ചിലതൊക്കെയോർത്തിടും...
ചില നേരങ്ങളിലതൊക്കെ മറന്നിടും...
വിരഹാർദ്രമായ നിമിഷങ്ങളിൽ...
വിരൽത്തുമ്പ് കൂട്ടിപ്പിണച്ച നോക്കും...
മനമെന്നും വേപഥു പൂണ്ടു രസിക്കയാണെങ്കിലും...
ഇപ്പോൾ മനസ്സിലില്ല.. കനലെരിയുന്ന വാക്കുകൾ..
മറവിയാലങ്ങനെ തെളിഞ്ഞും... മാഞ്ഞും...
പിന്നെ പുതിയൊരദ്ധ്യായം
തുറക്കും വരെയും...

പെൺശലഭം

പെൺശലഭം പാറിനടന്നൊരു കാലം...
ആരോ മോഹിച്ച സ്വന്തമാക്കി...
അഴകാർന്ന മുഖവും വടിവാർന്ന മേനിയും
സമ്മതമില്ലാതെ കവർന്നെടുത്തു...
വീടിനുള്ളിലെ ഏകാന്തതയിൽ...
തടവുകാരിയെപ്പോൽ പൂട്ടിയിട്ടു...
പാറിനടക്കുവാൻ സ്വാതന്ത്ര്യമില്ലാതെ...
പൂന്തേൻ നുകരാൻ കഴിയാതെ നിശ്ചലം
ചിറകറ്റ് പോയൊരു ശലഭമായി മാറി...
കഥകൾ പറയുവാൻ കൂട്ടുകാരില്ല...
ശ്വാസമെടുക്കുവാൻ വായുവില്ല...
അടിമയെപ്പോലെ പണിയെടുക്കാൻ മാത്രം
ചില്ലുകൂട്ടിൽ അതിഥിയായ് വന്നവൾ..
അനന്തമായ വിഹായസ്സിൽ
ആരാരും കാണാത്തൊരു പെൺശലഭമായ്...
അവൾ പിടഞ്ഞു തീരും
ആശകൾ തീരാത്ത മനസ്സുമായ്...
സ്വയമെരിഞ്ഞു...

സമൂഹം

വികസിതമെങ്കിലും വികസ്വര ചിന്തകൾ...
കാരിരുമ്പിൽ തീർത്ത ഹൃദയമത്രയും...
വീക്ഷണം... ഭാഷണം... വ്യത്യസ്തമാകയാൽ
ആകെ കുഴപ്പത്തിലായ് മാനസങ്ങൾ...
പിന്തുടർച്ചക്കാരാവേണം തലമുറയെന്ന്...
മുതിർന്നവർ ശഠിക്കുന്ന നേരത്ത്...
സ്വപ്നങ്ങൾ മെതിയടിയാലേ
അരഞ്ഞുപോയി...
ഉറയ്ക്കാത്ത ചുവടുകൾ അടിത്തെറ്റിക്കുമെങ്കിൽ
നല്ലൊരു അടിത്തറ പാകിയെടുക്കേണം...
പൂമൊട്ട് പൂക്കളെ വരവേൽക്കുമെങ്കിൽ
ഉണർന്നു ചിന്തിച്ചീടുക ഇനിയും വൈകിടാതെ...
സമൂഹം... പഴിക്കും എതിർക്കും.. വിരൽ ചൂണ്ടും
കൂർത്ത വാക്കുകൾ കൊണ്ട് മർദ്ദിച്ചിടും...
എഴുതാപ്പുറങ്ങൾ വായിച്ചിടുമ്പോൾ...
കേൾക്കാത്തതൊക്കെയും കേൾക്കേണ്ടതായി വരും...
ശരശയ്യ തീർക്കും നോട്ടങ്ങളാലവർ...
നമ്മിൽ കോട്ടങ്ങൾ തീർത്തിടും...
തളരുവാൻ മനസ്സിനെ അനുവദിച്ചീടാതെ...
നിവർന്ന് നിന്നീടുവാൻ പഠിച്ചീടുക....
കാലങ്ങൾ ഇനിയും വരും പോകും... ഭുവിൽ...
സഹവർത്തിച്ചീടുക നമുക്കുവേണ്ടി...
നമ്മളിന്ന് ശ്രമിക്കാൻ പഠിച്ചെങ്കിൽ...
നമുക്കൊരു നല്ല നാളെയുമുണ്ടാകും...

●

ദാനം

മറ്റുള്ളവരറിയുകിൽ നന്മചെയ്തീടും...
അതൊരു തരിവറ്റാണെങ്കിലും...
കാണണം... കേൾക്കേണം...
അറിയേണമെല്ലാരും...
ദാനം... അത് മഹത്ദാനം...
പറയേണമെല്ലാരും...
ഉയരേണമെനിക്കാകാശമത്രയും...
ഉച്ചിയിൽ മല വന്നിടിക്കേണം...
പ്രശംസകളാലൊരു കൂടാരം പണിയുമ്പോൾ...
ദേവന്മാർ പുഷ്പവൃഷ്ടി നടത്തുകിൽ...
പുളകം പതിയേണം മേനിയാകെ...
ഞാനെന്ന ഭാവം പൂണ്ടിടേണം...
ഒരു കോടിമുണ്ട്... ഒരു നാണയത്തുട്ട്...
ഒരു പൊതിച്ചോറ് ഒരു വാക്കിലെല്ലാം...
ഒരു കൈ സഹായത്തിന്നൊരുപാടുവട്ടം...
ഫ്ലാഷുകൾ മിന്നിത്തെളിഞ്ഞിടുമ്പോൾ...
ആർത്തു ചിരിക്കാൻ തുടങ്ങട്ടെ ഞാൻ...
എന്റെയുള്ളിലെ... ദാനശീലത്തെയോർത്ത്...

●

നഖക്ഷതങ്ങൾ

കൂർത്ത നഖങ്ങൾ നഖക്ഷതങ്ങൾ...
വിരൽപ്പാടുകൾ... പകൽക്കാഴ്ചകൾ
മുറിവേറ്റതുള്ളം... പിടഞ്ഞതുയിർ...
പിടിയിലാവാതെ വിലസുന്നിതാ...
പെൺമനസ്സ് തിരിച്ചറിഞ്ഞീടാത്തവൻ..
ഒന്നു കണ്ണടയ്ക്കു കഥകൾ തിരുത്തീടാം...
ഇല്ലാത്ത കഥകൾ കെട്ടിച്ചമച്ചീടാം...
കയ്യൊപ്പ് വച്ചീടാം കത്തുന്ന രേഖകൾ...
തെളിവ് നശിപ്പിക്കാം വെളിച്ചത്തു നിൽക്കാതെ...
നഷ്ടങ്ങളില്ലാതെ ലാഭങ്ങൾ കൊയ്തിടും...
കൂട്ടക്കച്ചവടമാണെന്നറിയുക
പിടികൂടാതെയിരുന്നേരം
ഖജനാവിൽ പണം കുമിയുന്നു
നിയമങ്ങൾ വലിയുന്നു...
നിന്റെ കാമചേഷ്ടകൾ
ക്രൂര പ്രവർത്തികൾ
ലോകരറിയുമ്പോൾ ദൂരെ
മുഖം കുനിഞ്ഞു പോയൊരമ്മയുണ്ട്...
എല്ലാവരാലും തനിച്ചായി പോയൊരു ജന്മമുണ്ട്...
പേറ്റുനോവിനേക്കാൾ പ്രാണവേദന
അനുഭവിച്ചറിഞ്ഞിന്ന് ശവശരീരം കണക്കെ
നരകതുല്യമീ ജീവിതം
നീറി ജീവിച്ചിടും...
നിന്റെ അമ്മമനമെന്നാണ് നീയൊന്നറിയുക...

●

ഒഴിഞ്ഞു മാറ്റം

നിന്റെ നേരമ്പോക്കുകളിൽ
ഞാനുമുണ്ടെന്നറിഞ്ഞ നിമിഷങ്ങളിൽ...
ഒരു പൂവിതൾ താഴേക്കടർന്നു വീണു...
ഇതിനേക്കാൾ മികച്ചത് വേറെയുണ്ടാകുമെന്ന
നിന്റെ ഭാവനയിലുദിച്ച ചിന്തകൾ...
നിനക്കെന്നേക്കാൾ മികച്ചത് കിട്ടുമെന്ന വാക്ക്
മതിയായിരുന്നെനിക്ക്...
ഒഴിവാക്കപ്പെടുകയാണെന്ന്
തിരിച്ചറിയാൻ...
ഉള്ളിലൊരു ഗദ്ഗദം കുരുങ്ങിക്കിടന്നു...
ഉമിനീരു വറ്റിച്ച ജല്പ്പനങ്ങൾ
വേർപിരിയാൻ മാത്രമട്ടപ്പം സൂക്ഷിച്ചവൻ നിന്നപ്പോൾ..
എന്റെയുള്ളിലൊരു പാറക്കെട്ട് ഉറച്ചുപോയിരുന്നു..
എല്ലാം ഒറ്റവാക്കിൽ പറഞ്ഞവസാനിപ്പിച്ചപ്പോൾ
എനിക്കിനിയും പറയാനൊരുപാടുണ്ടായിരുന്നു
പറഞ്ഞു കൊതിപ്പിച്ച വാക്കുകളോരോന്നും...
ഒറ്റക്കിളിയുടെ നൊമ്പരകഥ മാത്രമായ്...
ദേഹത്തെ വിട്ടകന്ന ദേഹിയെപ്പോലെ...
ഞാനിന്നു തനിച്ചായപോലെ...

●

ആത്മഹത്യ

നീ വിളിക്കുന്നതും കാതോർത്തിരിക്കുന്ന
നീണ്ട വിഹായസ്സിലെ ഇരുൾരൂപമാണ് ഞാൻ...
നീ എന്നിലേക്കാളിപ്പടരുമ്പോൾ...
നീയെന്ന ദേഹത്തോടകലാൻ കൊതിച്ചപോയ്...
എന്നെ വരിഞ്ഞ നിന്നിളം മേനിയെ
കണ്ടു ശോനിത്തിരി കോപമേറ്റി...
സമയമായില്ലെന്നെത്രയോ ഓർമ്മിപ്പിച്ച
നിന്റെ മനസ്സിലുറച്ച ഭാരങ്ങളെ...
കദനമായ് ഒരു പേര് നീയായ് മാറുമ്പോൾ...
കണ്ണീരു വറ്റാത്ത മുഖമായ് നിൻ ബന്ധങ്ങൾ...
നഷ്ടങ്ങൾ വാരി വിതറുന്നിടം
ലാഭങ്ങളാൽ കൊയ്തെടുക്കേണ്ടതല്ലോമലേ
വേദനകൾക്കിടയിൽ ചിരി പൂവായ് വിരിഞ്ഞിരുന്നെങ്കിൽ
ചുറ്റിലുമൊരു പൂക്കാലം പിറവിയുദിച്ചേനെ...
സ്വയം നിന്നിലേക്കൊരു ഒളിച്ചോട്ടമാണീ നരഹത്യ..
ആത്മഹത്യയെന്നാരോ
വിശേഷിപ്പിക്കയെങ്കിലും...

●

ഗ്രാമകന്യ

ഹരിതം... മനോഹരം... ഗ്രാമഭംഗി...
സുകൃതം... സുരഭിലം... ഗ്രാമഭംഗി...
വയലോരം തെളിനീരാലൊഴുകുന്ന തോടും...
കതിർമണി വിളങ്ങുന്ന പാടങ്ങളും...
തുമ്പപ്പൂ വിരിച്ചിട്ട വഴിനീളെ...
മന്ദമായ് വീശുന്ന കുളിർതെന്നലും...
മുക്കുറ്റിച്ചെടിയൊന്ന് നാണത്താൽ പൂത്തപ്പോൾ...
മെല്ലെ ചിരിക്കുന്ന തുമ്പികളും
മുറുക്കിച്ചുവപ്പിച്ച തത്തമ്മച്ചുണ്ടിലെ...
നെൽമണി കാത്തൊരു കുഞ്ഞുങ്ങളും...
കരിവണ്ട് മൂളും... കരിനൊച്ചി വളരും...
കർക്കിടകം പെയ്തു മനം നിറയ്ക്കും...
മണ്ണിൽ വിളയും പൊന്നായുതിരും...
വിത്തിറക്കേണം സൂര്യനുണരുമ്പോൾ...
മൈലാഞ്ചിച്ചുവപ്പിട്ട് മണ്ണിനെയൊരുക്കേണം...
ഹരിത വർണ്ണത്താൽ പാടം നിറയേണം...
കണ്ണിനു കുളിരായ്... വശ്യസൗന്ദര്യമായ്...
പ്രകൃതിരമണീയ കാഴ്ചകൾക്കപ്പുറം...
എത്ര സുന്ദരമാണെൻ
ഗ്രാമഭംഗി...
നിത്യമണയാതെ കാത്തിടാൻ...
പുതുതലമുറയെ
വാർത്തുവെങ്കിൽ...

●

കാവ്യഭംഗി

അക്ഷരങ്ങളെ മാറ്റിപ്പാർപ്പിച്ചാൽ മതി...
കിനിയും അർത്ഥവ്യാപ്തിയാം
ഒരായിരം പദങ്ങൾ തൻ രൂപഭേദങ്ങൾ...
പ്രഫുല്ലമാം ഭാവാങ്കുരങ്ങൾക്കിടയിൽ..
ഇന്നാരുടെ കർത്തവ്യഹാരത്തിൽ
കൊരുക്കുന്നപൂക്കളായ് മാറുന്നു
കാവ്യ സ്വരൂപത്തിൻ പ്രൗഢഭംഗി...
ഇന്നേതു വികാരനൗകയിൽ ശോഭിക്കും...
ഇന്നേതു വസന്തത്തെ ആഗമിക്ക വേണ്ടൂ...
അലയുന്നതേത് മിത്തിനെ മോഹിച്ച്...
ശൈത്യങ്ങളിൽ പൊഴിയുന്ന
മാമ്പൂവിനെ തേടിയോ...?
സ്വപ്നങ്ങളിൽ പൂക്കുന്ന
കയ്പ്പവല്ലരി തേടിയോ...
രസച്ചരടുകൾ കോർത്തിണക്കി...
നിർമ്മിച്ചാലസംഖ്യം
പേരിൽ നിന്ന് വേറിട്ട് നിൽക്കും
കാവ്യദേവത കൺകളിൽ കാണുമ്പോൾ...
ആനന്ദലബ്ധിയാലെൻ
മനം നിറഞ്ഞിടും...

●

എന്റെ ആകാശം

എന്റെ ആകാശത്തിൽ നീളെപ്പറക്കാൻ....
നീയെനിക്കെത്ര ചിറകുകൾ തന്നു...
പലവർണ്ണങ്ങളിൽ മഴവില്ല് മോഹിക്കും
എത്ര പീലികളെനിക്കു തന്നു..
എന്നിലുണ്ടായിരുന്നായിരം മോഹങ്ങൾ..
മൗനവരമ്പുകൾ ഭേദിച്ചുണരുവാൻ...
എന്നിലുണ്ടായിരുന്നൊരായിരം വാക്കുകൾ..
അക്ഷരങ്ങളായുദിച്ചുയരുവാൻ....
കെട്ടിയിടാത്തൊരു പട്ടമായ് പറക്കുവാൻ
നീയെനിക്കെത്ര ചിറകുകൾ തന്നു....
കാലം എനിക്കായ് കാത്തുവെച്ചൊരാ...
കാർമേഘച്ചെരുവിലെ താരത്തെ കണ്ടു ഞാൻ..
നിന്റെ പ്രണയത്തിൻ കൂടെച്ചേരുവാൻ...
ഞാനുമൊരു പ്രണയിനിയായിന്നു മാറട്ടെ
രാവായ്... പകലായ്... മാറ്റങ്ങളാകിലും
വെയിലായ്... മഴയായ്.... വന്നിടുമ്പോഴും...
എന്റെ പ്രാണൻ നിന്നിലലിയുമ്പോൾ
എനിക്കു പറക്കുവാൻ ചിറകുകളെന്തിന്....
സ്നേഹം നിന്നിൽ നിലയ്ക്കാത്തൊരുറവയായ് കിനിയുമ്പോൾ..
ഞാനാ നീർച്ചോലയിൽ നീന്തിത്തുടിക്കില്ലേ....
പറയുവാനേറെ കൊതിച്ചതെപ്പോഴും
നിന്നെക്കുറിച്ചായിരുന്നു...
എന്റെ സ്വപ്നങ്ങൾ നിന്റേതായെന്നും മാറിയപ്പോൾ
എന്റെ ആകാശം..... നിന്റെ മനസ്സായിരുന്നില്ലേ... !

●

കർഷകൻ

നട്ടുച്ചനേരത്ത് നൂലിഴ കീറിയ
നഗ്ന ദേഹത്തിൽ പൊടിയും
വിയർപ്പകണങ്ങളാലെ....
നട്ടെല്ല് വളയ്ക്കുമീ ഭാരിച്ച ജോലികൾ
ഏകനായ് ചെയ്യുകയാണാ കർഷകൻ
മണ്ണിരയെന്നൊരാത്മമിത്രം മാത്രം
കൂട്ടൊന്നു ചേരാനായ് വന്നതെത്ര....
നെൽപ്പാടം കിളയ്ക്കുവാൻ
വിത്തുവിതറുവാൻ...
ഭൂമിയെ സേവിക്കും പിതാമഹൻ
നാമൊന്നായ് വളരാനായാവോളം
പണിയെടുക്കും...... മൂവന്തിച്ചോപ്പ് പടരുമ്പോഴും...
പുത്തരിച്ചോറിന്റെ ഓരോ മണികളും...
നിന്റെ വിയർപ്പുത്തുള്ളിയോടടുത്തു നിൽക്കും...
കരയുവാൻ കണ്ണീരിറ്റില്ലാതെ
മണ്ണിലായ് സ്വപ്നം വിതച്ചതല്ലേ....
നഷ്ടങ്ങൾ നിനയ്ക്കാതെ വന്നു ചേരും നേരം...
നെഞ്ചകം വിതുമ്പി നിൽക്കരുതേ...
ഒരു മുഴം കയറിൽ ജീവൻ വെടിയാതെ
അരക്കച്ച മുറുക്കാൻ മറന്നിടല്ലേ....
മണ്ണിനെ രാപ്പകൽ സ്നേഹിച്ചീടുകയാൽ
പൊന്നായ് വിളയും വൈകിടാതെ...
എന്നുമീ നെൽപ്പാടങ്ങൾ കതിരണിയട്ടെ.
നിന്റെ സ്വപ്നങ്ങൾ മണ്ണിലുയരട്ടെ.....!

●

അഞ്ച് കവിതകൾ

മെഴുകുതിരി

കത്തിയുരുകിയൊലിക്കുമ്പോഴും...
നിന്റെ മിഴികളിലെ പ്രണയം കണ്ടു ഞാൻ...
ആനന്ദം കൊള്ളുന്നു....

സ്വപ്നം

നന്നായുറങ്ങണമെന്ന്
മോഹിച്ച ദിവസങ്ങളിലൊക്കെ
സ്വപ്നങ്ങൾ കാരണം
ഉറങ്ങാൻ കഴിയാറില്ല...

കണ്ണുനീർ

വെള്ളം ശുദ്ധമാകുന്നത്
കണ്ണുനീർ ഒഴുകുമ്പോഴാണ്...

വേരുകൾ

വേരുകൾക്ക് ആഴത്തിലിറങ്ങാൻ കഴിഞ്ഞിട്ടുണ്ടെങ്കിൽ...
നിനക്കെന്റെ മനസ്സിലേക്കൊന്നു
നോക്കിക്കൂടെ..

നോവ്

ഇന്നിന്റെ നോവുകളിലധികവും
നിറഞ്ഞത്...
ഇന്നലെകളെക്കുറിച്ചുള്ള
ഓർമ്മകളായിരുന്നു...

സന്ധ്യ

മൂവന്തിച്ചോപ്പേറും തിരികൊളുത്തും നേരം...
വർണ്ണരാജികളഴകായ് വിടരുന്നു..
സൂര്യനുറങ്ങാനായകലേക്കു നീങ്ങുന്നു..
പക്ഷികൾ കൂടുകളണയാൻ പറക്കുന്നു..
പ്രകൃതി ഇരുട്ടിൻ തണലിലേക്കലിയുന്നു..
തണ്ണീർത്തടങ്ങൾ നീർ ചുരത്താനൊരുങ്ങുന്നു...
ആരവങ്ങൾ ശാന്തതയിലേക്കിറങ്ങുന്നു...
സന്ധ്യ നിശയോടടുക്കുന്നു
ചെന്നായ തോലിട്ട മനുഷ്യമൃഗങ്ങൾ മാത്രം....
ഇരുട്ടിൻ മറപറ്റി കാത്തിരിക്കുന്നു...
ഇരയെ പിടിക്കാൻ.... ഇരുന്നിടം നനയ്ക്കാൻ
അവരുറങ്ങാതെയുണർന്നിരിക്കുന്നു...
കാറ്റിലുലയും മരച്ചില്ലകൾ
കാണാമറയത്തൊരുക്കത്തിൻ
ചടുലതകൾ...
മനം പകച്ചു പോകും വടയക്ഷി പോലും
മർത്ത്യർ തൻ തൽ സ്വരൂപം
കാണുമ്പോൾ...
സന്ധ്യേ.. നീയുണർന്നിരുന്നെങ്കിലെന്ന്
വെറുതെയെങ്കിലും.... ഞാനാഗ്രഹിച്ചോട്ടെ...

●

വിശപ്പ്

വയർ ആളിക്കത്തുന്ന വേനലായ്..
ബാഷ്പം വറ്റിവരളുന്ന ചൂടിനാൽ...
അഗ്നിപർവ്വം കണക്കെ പൊട്ടിത്തെറിക്കുന്ന
ആന്തലായുള്ളിലൊരു വറ്റ കിട്ടുവാൻ
എന്ത് ചെയ്യണമെന്നറിയാതെ നിന്നു ....
മിഴികളറിയാതെ പരക്കംപാഞ്ഞു
വിശപ്പിന്റെ വ്യതിയാനം മുറവിളിക്കൂട്ടി
കണ്ടതെല്ലാം കട്ടെടുക്കുവാൻ വേണ്ടി
മറ്റൊരാളിലേക്ക് എത്തിനോക്കുന്ന മിഴികളെ
അരുതേന്നു വിലക്കിയെത്രയോ വട്ടം...
പിടിതരാതോടിയകലുകയാണ്
വിശപ്പെന്ന മഹാമേരുവിൽ മൂർദ്ധന്യാവസ്ഥ...
കട്ടുവളരേണ്ടെന്നമ്മ പറഞ്ഞതങ്ങനെ
ഓർമ്മകളിൽ നിറഞ്ഞപ്പോൾ
വിശപ്പിനെ പഠിപ്പിച്ചൊന്നടങ്ങുവാൻ വേണ്ടി....
വിശപ്പിനുള്ള പ്രതിവിധിയെന്തെന്ന്
വിപരീതാവസ്ഥയിലും കണ്ടെത്തുക പ്രധാനം....
ഏതു ജോലിക്കുമൊരു കൂലിയുണ്ടെന്നാകിൽ
അരവയറെങ്കിലും നിറഞ്ഞിടും....
പട്ടിണിയില്ലാതെ....

●

വേനൽമഴ

വന്നു പെയ്യാനിത്ര താമസമെന്തിന്...?
കാണാമറയത്തെ അതിഥിയായ് മാറിയോ...
സർവ്വഭൂമി വെയിൽച്ചൂടിൽ വലഞ്ഞു
നിന്റെ വരവേൽപ്പും കാത്തിരിക്കുന്നു...
വന്നു ചുംബിക്കുമീ ഭൂമി തൻ മെയ്യിൽ
നിന്റെ പെയ്ത്തേല്ക്കുവാൻ ദാഹിച്ചുപോയ്...
തോരാതെ പെയ്തു നീ.. മന്ദസ്മിതം തൂകി....
നിന്റെ സ്നേഹത്താൽ വേനലും പ്രസന്നമായ്....
ഓരോ മഴത്തുള്ളിയും ചിതറി വീഴുമ്പോൾ
ഓർമ്മകളിലേക്കൊരുവേള ഓടിപ്പായുന്നു
കണ്ടാസ്വദിക്കാം... കേട്ടാസ്വദിക്കാം...
മഴയുടെ കൊഞ്ചലും, പരിഭവങ്ങളും..
പുതുമണ്ണിൻ ഗന്ധം ചുറ്റും പടരവേ...
നറുമണ്ണിനെ വാരിപ്പുണരാൻ കൊതിയായ്...
ചിതലുകളെഴുതിയ വാതിൽപ്പടികളിൽ
ചാഞ്ഞിറയത്തു ചെന്നിരിക്കുന്ന നേരം...
ചാറ്റൽ മഴ പാറിയെൻ മിഴികൾ നനച്ചും
താരുടൽ മേനിയെ പുളകിതയാക്കിയും
നിന്റെ വശ്യ സൗന്ദര്യത്തിൽ
സ്വയം മറന്നു... ഞാൻ നിൽപ്പൂ...
വേനലിലെ ഋതുവർഷ സുന്ദരി... !

●

കൊറോണയും ലോകവും

അനുദിനം വന്നു ചേരുന്നിതാ...
അകമേ പുകയുന്ന ഭീതിയോടെ...
വാർത്തകൾക്കപ്പുറം തേടാൻ മടിക്കുന്ന
വാർത്തയായ് മാറി ഇന്നീലോകവും...
ചങ്ങലപ്പൂട്ടുകൾക്കുള്ളിൽ കുടുങ്ങിയ
ഭ്രാന്തരായ് മാറുന്ന മർത്ത്യജന്മം...
കളിയും ചിരിയും മറന്നുപോയ്...
കളിയരങ്ങുകൾ നിലച്ചുപോയ്...
വാക്കുകളില്ലാത്ത വാക്യങ്ങളെപ്പോലെ
മൂകരായ് നീങ്ങുന്നു ലോകമാകെ...
പ്രാണനെയേറെ സ്നേഹിക്കുമിന്നിവർ
പുതുമകൾ മാഞ്ഞൊരു ജീവിതത്തിൽ...
പഴമയിലേക്കൊന്നെത്തി നോക്കീടാത്തവർ
പടവുകളൊന്നായ് താഴോട്ടിറങ്ങി...
സ്നേഹമെന്നൊരു വാക്കിനാൽ നിറയട്ടെ...
കടന്നുപോകുന്ന ഓരോ ദിനങ്ങളും...
ഭീതിയകലും...മെല്ലെ വന്നു ചേരും...
നാം കണ്ട സ്വപ്നങ്ങൾ പൂക്കുന്ന നേരവും...

●

ധരണി

പിറന്ന മണ്ണിന്റെ സ്പന്ദനമേകാൻ
ഒരമ്മയ്ക്ക് തുല്യയായ് മാറിയവൾ...
നിന്റെ മാറിലെ മുലപ്പാൽ നുണഞ്ഞു
വളർന്നൊരു പിഞ്ചു പൈതങ്ങളാണു നാം...
പിച്ച വച്ച് നടക്കുവാൻ പഠിപ്പിച്ചതും
താരാട്ട് പാടിയുറക്കിയതുമീ
നെഞ്ചിൽ...
ജാതി - മത ഭേദങ്ങളില്ലാതെ
സമത്വജനതയെ വാർത്തതും നീ തന്നെ...
ശൈശവം തൊട്ട് വാർധക്യം വരെ
അഞ്ചിതളുകളായ് വിരിഞ്ഞ കാലചക്രങ്ങളിൽ
ധരണിയും മുറിവേറ്റ വിവിധങ്ങളായ്
മർത്യർ തൻ ക്രൂരപ്രവർത്തികളാൽ...
മലിനമായ് മാറുന്നിടം മാത്രമെവിടെയും
നിൻ മടിത്തട്ടിൽ രുധിരം പൊഴിയുന്നു....
യാമങ്ങളിൽ പ്രകൃതിയാം നിൻ മേനിയെ
വെട്ടി നശിപ്പിക്കും കിരാതമൃഗങ്ങൾ....
അംബരചുംബികളാൽ നിറയുന്നിതെങ്ങും
അർത്ഥമില്ലാതെ നാമാവശേഷമായ്....
ധരണിയിൽ മുളയ്ക്കുവാൻ പുൽനാമ്പുകളില്ലാതെ
നീർ വറ്റി പിടയുന്ന വേനലെത്തും നേരം
വർഷക്കെടുതിയിൽ തോരാമഴയത്ത്
സംഹാര രുദ്രയായ് തരുണികൾ മാറുമ്പോൾ...
പ്രകൃതിയെ പഴി ചാരും
നിർദ്ദയയില്ലാതെ

നീ അഭയം നൽകിയവർ തന്നെ...
ഭാരങ്ങളൊക്കെയും താങ്ങി ജീവിക്കുമോ...
പരിഭവങ്ങളില്ലാതെ ഇനി വരും കാലങ്ങൾ...
നിൻ തൃപ്പാദങ്ങളിൽ തൊട്ടു നമിക്കട്ടെ
സർവ്വം സഹയായ ഭൂമിദേവി...

●